CON ĐƯỜNG BRAO

CON ĐƯỜNG BRAO

- Vũ Xuân Tửu -

Bìa: Uyên Nguyên Trần Triết
Dàn trang: Đỗ Huỳnh Đăng Ngọc
Nhân Ảnh xuất bản 2024
ISBN: 979-8-8693-5892-9

VŨ XUÂN TỬU

NHÂN ẢNH
2024

Xác vùi xuống dưới ba thước đất
Hồn vụt sáng lên ở đỉnh người.

V.X.T

Thơ viết trên lá cây

Với thơ

Những vần thơ chào đời
Như ngọn mầm tách qua vỏ hạt
Tôi lấy trái tim làm bầu đất ấm
Ươm cho mầm thơ xanh tươi.

Thanh Xuân, 1974

Tình yêu và tự do

Nhân xem phim "Đoàn Di-gan lên trời"
(phim dựa theo tác phẩm của M. Goóc-ki)

Người Di-gan như ngọn gió lang thang trên
                                  đồng cỏ
Nó cuốn hương hoa cùng đi chứ không ngủ
                                lại với hoa
Chàng Rô-ban cuộc đời trên lưng ngựa
Nàng Lát-xan như cánh chim trời luôn mải
                                cánh bay
Họ gặp nhau và tình yêu bùng cháy
Nhưng không thể đội tình yêu trên đầu khi
                                tự do ở dưới chân.
Bầu vú nàng đã loang tràn máu đỏ
Và tấm lưng chàng ngập cán dao găm
Họ ngã xuống cho tự do và tình yêu bay lên
Phía chân trời đang le lói ánh bình minh.

Hà Nội, 14/1/1977

Chiều sông Lam

Xa quê hương trên đường miền Trung
Chiều lặng lẽ ra dòng Lam ngắm cảnh
Dòng sông êm trôi làn sương mờ phủ
Dãy núi ven sông trầm mặc đứng soi mình.
Đàn cò trắng theo triền sông bay mải
Bóng nhà thờ trắng lạnh thâm nghiêm
Mặt Trời chiều đông lặn vào mây xám
Như đống than hồng phủ lớp tro lên.
Sông lấp lánh những ánh vàng ánh bạc
Bóng mây trời lung linh đáy sông
Con thuyền nhỏ trôi vào lặng lẽ
Tiếng mái chèo khỏa sóng âm âm.
Tất cả lặng im trôi vào im lặng
Không gian như phủ một màu tro
Thời gian cứ lững lờ theo dòng nước
Sao hiện ra gọi chiều vào đêm.
Chúng tôi thì thầm nói chuyện với nhau
Nếu đứa nào ra ngoại quốc mai sau
Sống giữa đài cao phố phường náo nhiệt
Hẳn nhớ chiều trầm lặng sông Lam.

Nam Đàn, 13/11/1977

Bài ca hoa hồng

Hoa hồng đỏ như mặt trời buổi sớm
Sương mai thấm đẫm mọng làn môi em
Ngọn lá xanh nâng hồng lên mặt đất
Hoa đẹp cành mềm nên có gai chăng?

Hoa hồng nở và tỏa hương lặng lẽ
Hoa tàn rồi thì nụ lại thay hoa
Hương với sắc một góc trời dín dó
Thẳm sâu lồng ngực bầu trời.

Tôi quý tôi yêu những bông hồng
Đóa hoa hồng thắp sáng cả mùa đông
Tôi muốn nhận nhành gai và tặng em
                                    bông lửa
Em hãy làm giọt sương chiều,
              giọt sương sớm mênh mông.

Hà Nội, 18/12/1977

Con hươu trắng và bông hồng đỏ

Ngày cuối cùng trước khi chia tay
Chúng tôi ngồi ghi dòng lưu niệm
Ba cây đàn ghi-ta bập bùng hòa nhạc
Nơi xích-đông trên nắp vali
Con hươu trắng cắt bằng đệm xốp
Anh bạn nào nghịch ngợm
Chấm mực bút bi thành hai con mắt
Tôi ra vườn ngắt một bông hoa
Lấy giọt nước giả làm sương đọng
Cắm vào bên cạnh con hươu.
Cô hươu trắng kiêu kì ngoảnh mặt
Và bông hồng phong nhụy dưới chân
Nhạc bập bùng vẫn cứ dạo lên
Đôi dòng lưu niệm sinh viên...

Hà Nội, 10/1978

Biển cả

Tôi là chàng trai ở núi ở rừng
Chỉ biết biển qua những lời kể chuyện
Ra biển lần đầu vào ngày biển động
Biển nồng nàn đón tiếp tôi chăng?

Biển hoan hỉ tung muôn bờm sóng trắng
Ôm choàng lên bãi cát ven bờ
Xác sò hến nở ngàn hoa trang điểm
Bụi nước bay mờ hay biển bắn pháo hoa?

Ôi thiên nhiên là ông thầy mẫu mực
Pha màu cho mặt biển chiều nay
Nơi gần bờ đục ngầu màu nâu sẫm
Đất nước làm nên nhan sắc biển khơi.

Nơi xa kia là dáng biển lam
Rồi xa nữa là màu biển biếc
Vệt sóng trắng quét dài điểm xuyết
Cho mảng màu mang hơi thở thiên nhiên.

Mây sà xuống kéo chân trời gần lại
Biển là đây chỏm cầu xanh bổ ngang
Con chim biển không kể gì bão tố
Cứ nhởn nhơ theo mép nước kiếm mồi.

Những con thuyền vào lộng ra khơi
Lên bãi cát còn ngoái đầu ra biển
Con thuyền ấy mỏng manh như chiếc lá
Mà dân chài cưỡi sóng bắt cá tôm.

Biển lặng dần cô gái biển hiện ra
Ngực em lẫn vào làn sóng biển
Em đi xúc xác sò xác hến
Mang về nung vôi đó chăng?

Trên cồn cao phi lao rì rào
Lời của biển hay lời của đất
Cơn gió biển trào qua nổng cát
Cát rung rinh như lụa bạc, lụa vàng.

Thôi chào biển tôi đi về trong nớ
Khe nước trong veo quá đỗi hiền hòa
Những dải rong rêu mượt mà ẻo lả
Có biết chăng dông bão ngoài khơi?

Ruộng lúa vườn cây cát vây bốn phía
Vẫn vươn lên tươi tốt một màu xanh
Đàn cò giả nghển lên trời ngóng đợi
Bạn bầu bay trên những giàn khoan.

Xa biển rồi vẫn nghe lời biển gọi
Sẽ trở về với biển khi mô?
Tôi lặng lẽ bước đi không hẹn ước
Lòng bời bời như sóng cả biển ơi!

Thạch Hà, 1978

Võng đỏ

Thăm viện bảo tàng giấc ban trưa
Ô kìa, võng đỏ của nhà vua!^(*)

Ngày xưa
"Nhất tướng công thành vạn cốt khô"
Được làm vua đẩy đưa võng đỏ.

Bây giờ
Trả mấy nghìn Việt Nam Đồng vào cửa
Khểnh trên võng đỏ đu đưa.

Tuyên Quang, 22/3/2006

(*) Dinh Bảo Đại, điểm du lịch ở Đà Lạt

Đường nắng

Đường giăng mạng nhện trên trần gian
Đường xuống âm ti là lỗ giun
Tia nắng mong manh đường lên trời.

Ước gì
Những tia nắng xuyên xuống âm ti
Lũ quỷ sứ chạy lên trời cả
Thế gian mùa bình yên.

Tuyên Quang, 2/12/2008

Vũ trụ và em

Trái đất bao vùng chưa khám phá
Người ta rủ nhau lên vũ trụ làm gì?
Những nơi xa xôi tít mù
Không có đường đi phải bay mới tới
Tới cái nơi chưa biết đó là đâu
Thế mà đậu và cắm cờ lên được
Thật liều lĩnh và kì tài...

Cũng như anh mười chín đôi mươi
      chưa hiểu hết mình
Lại khao khát khám phá em đôi tám
Những điều em không biết lặng im
Anh lại ngỡ em kiêu sa không nói
Những điều em vụng dại
Anh ngỡ rằng em hồi hộp ngây thơ.

Những con tàu lao vào vũ trụ
Tìm hành tinh cằn khô không sự sống
      con người.
Anh đến với em như con thiêu thân lao vào
      ngọn nến
Gặp miền phì nhiêu sinh sôi.

Tuyên Quang, 9/8/2009

Kéo cờ

Anh kéo lá cờ trong trái tim em
Nên mắt em nhìn ánh lửa
Lửa trái tim và lửa sắc cờ
Em thắp đuốc soi đường anh đi.
Lá cờ thi ca em vác cùng anh
Không có máu nên không tanh mùi máu
Chỉ có lửa, lửa cháy lên dông bão
Xóa tan bóng đêm vươn tới tự do
Lá cờ thơ theo chim Việt bay cao
Hòa nhịp đập với thi ca nhân loại
Cùng bay lên và cùng vươn tới
Bầu trời thi ca bao la.

Tuyên Quang, 9/8/2009

Hoài niệm bên hồ

Nhà tôi đó bên hồ nước nhỏ
Sớm chiều nghe sóng vỗ rì rào
Cứ sớm sớm làn sương mờ ảo
Từ mặt hồ lên với rừng cây
Và chiều chiều mặt trời rực rỡ
Từ rừng cây chiếu xuống mặt hồ.
Cá bơi bóng cây, chim soi đáy nước
Nối trời và nước, sắc cỏ hoa
Tôi lặn ngụp trong nỗi niềm khao khát
Ôm vào lòng cá, nước, trời, mây
Bỗng thấy mình trở thành chim và cá
Thỏa sức bơi và mỏi cánh bay.

*

Nay trở lại, hồ xưa thành xa lạ
Rừng tan hoang thành đồi trọc cằn khô
Đáy hồ mọc bạt ngàn lau sậy
Vắng bên đồi chim *"Đét đét đa đa"*.
Tôi ngồi cạnh bụi mua cằn cỗi
Ngắt một cành như cọng que khô
Bóc vỏ nhấm nháp mùi chua chát
Nhói trong lòng mùa tím chia xa.
Ai mang hoa mua trồng vào kỉ niệm
Nhớ một thời chơi với cá cùng chim
Nào biết được mai ngày cơn hồng thủy
Hoa mua chìm trong sóng nước xôn xao.

Tuyên Quang, 18/5/2010

Thành Tuyên của em và tôi

Thành Tuyên đêm mưa rơi
Hương cà-phê lan man Cổng Lấp
Nếm náp hạt ngô nở hồng than củi
Nhạc Trịnh du dương phố buồn.
Tay trong tay bước qua đêm vắng
Tóc em dài bay theo gió bờ sông
Đèn nhà bè sao trời lấp loáng
Dòng Lô xanh thấp thoáng núi Giùm.
Những hạt mưa sáng lên như ngọc
Đậu mái tóc mềm của em và tôi
Phố núi nhọc nhoài chìm vào giấc ngủ
Tình ta chất ngất Thổ Sơn bên trời.
Tiếng âm vang vọng lên từ thành cổ
Phế tích thương đau ơi
Giơ tay chạm khẽ vào mạch vữa
Đẫm hương vôi mật mía mặn nồng
Thời gian phôi pha dòng lịch sử
Sẫm màu tường phiến đá ong
Dạt dào trong đêm tiếng sóng
Hoa di lăng bâng khuâng bến xưa.
Bước chân dùng dằng chẳng dứt
Bên đồi xao xác lá đêm rơi
Thành Tuyên trong em và tôi.

Tp. Tuyên Quang, 10/2010-6/2014

Khúc đàn bà

Mùa đông lạnh lại ước mùa hè nóng
Mùa thu trung dung trôi ngập ngừng
Khát vọng đàn bà gió mát hơi thu
Khát vọng đàn bà rừng rực lửa hè
Khát vọng đàn bà lạnh lùng băng giá
Mùa xuân đàn bà nảy lộc đơm bông.

Xuân về xênh xang
Môi hường mắt sáng
Dín dó như trăng
Thung thăng như gió
Vần vũ như mây
Tràn đầy như biển.

Vũ trụ mỗi năm có một mùa xuân
Thế giới quanh năm mùa đàn bà.

Tp. Tuyên Quang, 2011-2014

Sông

Sông
Ngọn roi nước quật toác cánh đồng
Lúa đôi bờ ứa lệ đơm bông.

Sông
Lưỡi kiếm chém bổ đôi cánh rừng
Cây bàng hoàng thét gọi trời xanh.

Sông
Kìa mớ tóc bay bổng cầu vồng
Bên đồng cắm cúi thắt lưng ong.

Tôi đứng nơi ngọn roi, mũi kiếm, đuôi tóc
Vung bút đề thơ vào không trung
Sông.

Tp. Tuyên Quang, đêm 8/11/2011- 8/5/2014

Xuân Thành Tuyên

Sương sương
Xuân từ Đền Thượng
Mõ khua thảng thốt núi Giùm
Dòng Lô xao động
Mở lòng thiếu nữ xuân sang
Tà áo bay về phố núi
Rét đài tô má ương ương
Hoa tết ngập ngừng Cổng Lấp
Người đi thấp thoáng phố xa
Phố mọc rừng hoa
Xe đi nghiêng ngả
Lao xao sương sớm nắng trưa
Xuân về từ đất
Xuân đến từ trời
Xuân đời khắp khởi
Xe chở tết vùng cao vào phố
Người mang phố thị về thôn quê
Dập dìu cầu nối nhịp hoa
Mưa bay thổn thức
Có người ngóng đợi thiếp mời
Xuân vào Đền Hạ
Trong hoa tiếng phách khua giòn
Tiếng xuân.

Tp. Tuyên Quang, 22/2/2013-31/3/2014

Đường Brao

Con đường chuếnh choáng bước chân
                                  độc hành
Và nó lộn lên trời khi tôi đập đầu xuống đất
Mặt đường hôn thân xác
Hồn đường nhập vào kéo xuống âm ti
Không phải là giun nên tôi không thể sống
                                  trong lòng đất
Bèn hóa thành bướm trở về bên mép cỏ
                                  ven đường.

Con đường này
Tôi không bao giờ đi hết
Phía đầu kia cũng có người đi và trở lại
Tôi và họ kéo dài con đường ra mãi
Khi con đường theo vĩ tuyến thì tôi và họ
                     gặp nhau ở Cà Mau
Con đường theo kinh tuyến chúng tôi
                     gặp nhau tại Lũng Cú
Con đường rối tơ vò khi chúng tôi thành
                     chuyển động Brao.

Tôi thích điều đó
Cách li trái đất
Tìm con đường vũ trụ
Một ngày kia không gian lại có đường
Con đường ấy chuyếnh choáng theo
                     cánh tôi bay.

Tp. Tuyên Quang, 26/3/2014

Bức vẽ

Mưa
Chạy bổ vào núi xa
Phác một nét
Hang đá hiện ra
Ngồi thu lu tránh trú.

Trời hửng bèn gạch chéo hai nhát
Vách núi trở về nguyên sơ.

Bỗng lại ào ạt mưa
Cuống quít vẽ vội một nét, hai nét và "n" nét
Chảy cả máu tay và ướt đầm đìa
Nhưng trái núi vẫn nguyên là trái núi.

Một khi tự đóng lại cánh cửa
Thì rất hiếm cơ hội mở ra.

Tp. Tuyên Quang, 31/3/2014

Đại dương mây

Ngẩng đầu dưới đại dương mây
Nó ụp xuống tôi sẽ thành người cá
Lao lên bầu trời
Hái quả cầu đỏ làm phao chơi
Mây rụng xuống đổ mưa tầm tã
Tôi thành con chuột lột tự khi nào
Đại dương mây tan vỡ
Mặt trời hiện ra và cười cười.

Tp. Tuyên Quang, 31/3/2014

Cái bàn

Cái bàn
Trông như gỗ
Nhưng không phải gỗ.

Bàn vuông
Tất thảy dàn đều ra bốn phía
Bàn tròn
   khoanh lại đường cong.

Chân ướt chân ráo ngồi ở bàn vuông
Khi đầu có sạn rời sang bàn tròn
Mặt bàn vuông bày nhiều thước kẻ
Ô kéo bàn tròn
   có những phong bì chứa tờ pô-li-me.

Cái bàn
Trông như gỗ
Nhưng tại sao cứ phải là gỗ?

Làm thơ

Có những hận thù
Nung ngòi bút nóng bỏng
Và sự lạnh lùng
Khiến ngòi bút giá băng.

Khi không thể viết những câu thơ
Buông bút đi tìm rượu
Thấy câu thơ lập lờ dưới nút lá chuối
Và câu thơ lập lòe trong ánh mắt em.

Tp. Tuyên Quang, 28/8/2006-10/4/2014

Tiếng tù và

Cái tù và mang dáng sừng trâu
Và sừng trâu mang hình cánh ná
Nên tiếng tù và giục giã dân quân.

Trẻ mục đồng thổi sáo lưng trâu
Tiếng tù và có hương đồng gió nội
Tù và trầm buồn điệu kèn tu-ba.

Con trâu kéo cày, con trâu bừa ruộng
Cặp sừng chĩa lên trời lồng lộng
Tiếng tù và thẫm bùn đất quê hương.

Gã nông dân lặng lẽ đi ra ngõ
Phanh áo ra chống nẹ thổi tù và
Ruộng đánh luống trời mây bộn đồng xa.

Tp. Tuyên Quang, 11-12/4/2014

Bậc thềm

Bậc thềm
Thầy phong thủy tính thước Lỗ Ban
Kỹ sư đo thước mét
Có người xem gang tay
Người lượng bằng mắt
Kẻ ước tính theo bước chân trẻ con,
                              người già.

Bậc thềm
Một chốn đi về
Nơi đặt bàn chân
Chỗ lết bàn tay
Thành quách đền đài nghiêng ngả
Bậc thềm lóc lở vẫn trơ gan.

Có người đàn bà ngồi khóc
Bậc thềm
           nước mắt
                 vòng quanh.

Tp. Tuyên Quang, 15/4/2014

Phấn ngô

Cờ ngô lay xào xạc
Bắp phun chùm râu tơ
Người con gái đi hái me đất
Răng cười tăm tắp hạt ngô non
Bao phấn vàng đậu trên mớ tóc
Nhớ khi trao cuốc vun ngô
Người ấy đã nắm tay ở luống này
Hẹn ngày chắc hạt
Đáo về rang bỏng.

Hôm qua, hôm kia điện thoại không thưa
Nhặt bao phấn thổn thức dòm tiếng gió
Giật mình, me đất hết vị chua...

Tp. Tuyên Quang, 19/4/2014

Cưa mây

Dãy núi răng cưa xẻ nát cả bầu trời
Những phiến mây ngổn ngang hong nắng
Gió gom lại bên đông, dồn đống bên tây
Sương sa mạt cưa rơi đầy thung lũng
Đàn dê leo núi cọ sừng rửa cưa
Núi trập trùng vươn vai đứng dậy
Cưa mây.

Cưa hàng đống mây chẳng biết để làm gì?
Khổ cho gió cứ gom đi chất lại
Hì hụi cù cưa nhẫn nại
Núi đã mòn mà mây vẫn bay.

Ta ước có một ngày nào đó
Bạt núi rừng mang lấp biển khơi
Thế giới phẳng nước biển tràn lên núi
Sắm con thuyền Noah (Noe) rong chơi
Muôn loài sinh sôi dưới ánh mặt trời
Và núi lại cưa mây hì hụi.

Tp. Tuyên Quang, 20-26/4/2014

Bí ẩn diệu kì

Sách bí ẩn như đàn bà
Chữ thế này mà nghĩa thế nọ
Lại còn phấn son dấu câu, chữ hoa
Trang điểm cài nơ, vẽ tranh minh họa
Chữ nổi trên giấy
Chữ hiện màn hình
Người sáng xem bằng mắt
Khiếm thị đọc bằng tay
Tất cả đều bị chữ nghĩa dẫn dụ mê hoặc
Cứ ngỡ người đọc sách
Hóa ra sách tìm người.

Tp. Tuyên Quang, 1/5/2014

Hai nửa đôi nơi

Em má hồng
Cắp chồng bên lưng
Tôi ngập ngừng
Theo từng ánh mắt
Em cười ngăn ngắt
Nàng La Gong-do.

Tôi trong cõi mơ
Em ngoài đời thực
Gần nhau mà chia xa
Nỗi đau lèn tức ngực.

Nghiệp văn chương nhọc nhằn
Phận má hồng long đong
Ông trời đi chơi vắng
Ngược đôi chiều vec-tơ.

Tp. Tuyên Quang, 2005-2014

Gieo mùa

Mây luống cày trên cánh đồng trời
Những vì sao gieo mạ
Sáng lên mùa màng.

Đồi trăng thượng du
Bụi vàng hồi hộp
Khóe cười sương ướt làn mi.

Bay qua luống mây
Nhon nhón hạt sao viền mái tóc
Đồi trăng lộng lẫy chênh chao.

Mây mưa dầm dề
Bầu đêm thổn thức
Những đốm sao cụ cựa gieo mùa.

Tp. Tuyên Quang, 30/1/2005-1/5/2014

Gối gỗ

Phơi gối
        dưới trời
Màu đêm
     bay
       rơi
Dăm ba sợi tóc
        vắn
          dài
Kìa
  những hạt gàu
Và
  ký ức thấm trong thớ gỗ
          thăng hoa.

Lật gối mặt trái
Hình bóng xa xưa lại hiện về
Cười nét hoa
Khóc nhìn sao khuya
Gương trăng mơn mởn
Hây hây má hường.

Bấy chầy không cọ
Sợ bóng hình trôi
Nắng nhạt
       chiều nhòa
Lặng lẽ bước ra
         Ph-ơ-i
            g-ố-i.

Tp. Tuyên Quang, 2/5/2014

Triết lí chim trời

Kìa đàn chim bay theo hình mũi tên
Và trở lại cũng đội hình như vậy
Chúng chưa từng luận bàn quân sự
Nhưng vỏ trứng hình cầu
                đùm bọc thương yêu
Con khỏe bay đầu
Con yếu kề bên
Cả đàn nương tựa bay qua bầu trời
Đàn sang phương đông hình dấu lớn hơn
Và trở về hình dấu nhỏ thua
Chúng không hề học toán
Nhưng bầu trời đã dạy sự cưu mang
Đàn chim vẫn lặng lẽ
Mặc con người sấp ngửa bay theo.

Tp. Tuyên Quang, 3/5/2014

Sữa thơ

Thi nhân
Thái tập thơ cho bò ăn
Từng giọt sữa rưng rưng cốc giấy
Thơm mùi ca dao.

Tp. Tuyên Quang, 26/5/2024

Mưa vương miện

Mưa rơi dưới mặt trời
Xuyên qua miền cổ tích
Giọt đáp xuống chén rượu
Hình vương miện chênh chao.

Thơ dán trên biểu ngữ

Cánh chim báo bão

Chữ chuyển ý trời
Nghĩa động lòng dân
Nhà thơ bay trong không gian
Cánh chim báo bão
Giữa đất trời chữ nghĩa nảy mầm xuân.

*Tuyên Quang, Khai bút mùng Một
tết Nguyên đán, Giáp Ngọ*

Nghĩ về tự do

Hãy trả nhà văn về cho nhân dân
Đừng bắt họ thành bồi bút đeo cà vạt
Nhân dân đã mất mấy thế hệ nhà văn
Như bị vỗ vai móc túi mà không biết
Hãy đặt dân tộc lên trên chủ thuyết
Yêu nước, thương dân không thể độc quyền
Anh yêu nước, tôi yêu nước, toàn dân
                              yêu nước
Anh vì dân, tôi vì dân, tất cả vì dân
Cớ sao phải độc quyền tư tưởng
Phải thả ra như chim tung cánh
Tư tưởng của tôi, tư tưởng của anh, tư tưởng
                                    nhân dân
Tất cả cùng hân hoan hội nhập
Cùng cất cánh vào bầu trời dân tộc
Cùng nhập đoàn với thế giới văn minh
Đàn chim Việt xổ lồng
Đưa đất nước hóa rồng trên cao vọng.

Tuyên Quang, 6/9/2008
(Chiều thứ bảy mưa gió)

Khái niệm bị đánh tráo

Người ta
Dùng cái này che đậy cái nọ
Dùng cái nọ biện hộ cái kia
Loanh quanh và mù mờ
Đánh tráo khái niệm.

Bùi tai
Dốc hầu bao
Dâng lên sự lừa dối
Và nói và cười
Ngỡ sự giác ngộ.

Tuyên Quang, 22/9/2009

Dự cảm

Có điều gì rất lớn lao đang đến
Đâu với riêng ta mà cả đồng bào
Cứ chờ đợi trong âu lo khấp khởi
Không biết điều gì, không biết từ đâu.

Trái đất nổ tung đến ngày tận thế
Thời cuộc đổi thay loạn lạc chia lìa
Hay núi lửa sẽ phun trào nham thạch
Và bom rơi đạn nổ tơi bời.

Ắt sẽ đến, dù nhanh hay dù chậm
Không biết điều gì, không biết từ đâu
Dù có van xin, đón chờ, chống trả
Có lẽ nào số phận chỉ riêng ai.

Tuyên Quang, 30/9/2009

Đi bộ qua cổng Tòa án nhân dân

Sao lại gọi là Toà án nhân dân?
Nhân dân có can hệ gì đến
                       vành móng ngựa?
Những bản án xử theo chỉ thị,
Hay bộ luật kia bìa đỏ chữ vàng?
Xe hòm chở bị cáo vào buổi sáng
Rồi chở phạm nhân ra lúc chiều tà
Và cứ thế hành trình năm tháng
Bậc xe mòn bao nhiêu gót phạm nhân.
Những cái lá bàng rơi trên hè phố
Bay vào kia là của tòa rồi.
Tôi rảo bước gió rung cây xào xạc
Không lá nào rơi vào đĩa cân treo
Màu trắng đen vẽ cạnh cổng ra vào.

Tuyên Quang, 29/11/2009

Tản mạn mùa thu

Tôi thương dân tôi mồ côi lãnh tụ
Mang tấm thân thí điểm các phong trào
Đường quang chẳng đi đâm quàng ngõ cụt
Mẻ trán bươu đầu chưa tìm được lối ra.

Tôi thương văn nhân cuộc đời cầm bút
Lại trở thành thợ viết những phù hoa
Không dám đụng vào nỗi đau thân phận
Đành thở dài trông bóng tháng ngày qua.

Tôi thương dòng sông chảy theo
                                   định hướng
Thương con chim ngửa cổ hót trong lồng
Thương những thân cây trồng trong
                                   chậu cảnh
Thương những mái đầu sớm bạc màu xanh.

Tôi thương những ai đã chót yêu mình
Mòn mỏi cuộc đời đắm trong cõi mộng
Và những đêm trường thức chờ trời sáng
Nước mắt buồn phải chảy ngược vào trong.

Tuyên Quang, 10/2010

Phép lo-gic...

Nếu Thánh Gióng có thêm giàn hỏa tiễn
Thắng giặc Ân chưa chắc đã về trời
Hai Bà Trưng cưỡi xe tăng xông trận
Đâu đến nỗi trẫm mình xuống bến Hát Môn
Lý Thường Kiệt mang máy bay trợ chiến
Ném bom Ung, Khiêm, quân sĩ đỡ vây thành
Võ Nguyên Giáp sắm tàu ngầm nguyên tử
Mấy quần đảo kia đã được thu hồi.
Ngô Bảo Châu khi nói được tiếng cừu
Là bầy cừu sẽ xuống đường tranh đấu
Chữ kí anh nếu vẫn còn đóng dấu
Thì trái tim em đã dâng trọn đó rồi.

Bởi thế gian không bao giờ có "nếu"
Thánh Gióng về trời sau khi thắng ngoại xâm
Hai Bà Trưng cưỡi voi và tuẫn tiết
Quan quân nhà Lý vây thành lắm nỗi gian lao
Rồi đất nước bị nẫng hai quần đảo
Bầy cừu ngơ ngác đến lò sát sinh
Trái tim em mang hình con dấu
Đóng giáp lai giữa những cuộc tình.

Một mai thế gian không còn giả thiết
Sẽ là ngày lịch sử hóa thành tro
Trai gái chẳng còn tình yêu mật ngọt
Phép lo-gic cũng lạc đề mà chẳng biết vì ai
Ngỡ lo-gic, mà chẳng là lo-gic
Thế gian này mới bao nỗi đắng cay
Phải trả giá cho sự phi lo-gic
Đâu chỉ là thế hệ của nay, mai.

Tuyên Quang, 2011

Thiên thần bé nhỏ

Ơi, thiên thần bé nhỏ
Dẫn đầu đoàn biểu tình
Hai tay giương biểu ngữ
Việt Nam muốn hòa bình.

Băng băng đi trên đường
Như trống trường đã điểm
Em đi về phía biển
Nhìn quần đảo quê hương.

Nếu người lớn có thể
Bảo vệ được giang sơn
Thì các em thơ bé
Đuổi bướm và hái hoa,
Đâu phải già trước tuổi
Xăm xăm đi biểu tình
Có mấy người cúi mặt
Bao tấm lòng xót xa.

Hỡi thiên thần thế kỉ
Nối vòng tay chan hòa
Nào xuống đường tiếp bước
Tổ quốc nhìn chúng ta.

Tuyên Quang, chiều 18/6/2011

Lão nghệ sĩ kéo đàn trên phố

Lão nghệ sĩ nâng đàn kéo vĩ
Không có đèn bit-to-le đặc tả
Những biểu ngữ nhấp nhô và màu cờ đỏ
Sáng lên chòm râu phơ phất mây bay
Không có dàn nhạc và hát đồng ca phụ họa
Tiếng những bước chân dập dồn trên phố
Muôn lời hô: Trường Sa- Hoàng Sa-
                              Việt Nam
Chắp cánh bay lên giai điệu dâng tràn.

Chỉ nhìn thấy hình ông trên in-tơ-net
Mà lòng ta bay tới Hoàng Sa, hát với
                              Trường Sa
Quần đảo này hồn Tổ quốc bao la.
Lão nghệ sĩ thung dung chơi đàn
Như một tiên ông hiện lên từ biển cả
Xuống đường cùng nhịp bước, hòa ca.
Nếu chỉ ẩn mình sau những cánh gà
Ai chiêm ngưỡng chòm râu và cây vĩ.

Cứ mỗi khi Tổ quốc lâm nguy
Lại diễn ra những chuyện diệu kì.

Tuyên Quang, đêm 7/7/2011

Tâm sự người mẹ mang thai đi biểu tình

Con ơi,
Mẹ con ta đi biểu tình con nhé!
Lẽ ra phải ở nhà
Nghe thai quậy và vỗ về nâng giấc
Nhưng đất nước lâm nguy đầy bóng giặc
Chúng ta sắp mất nước rồi
Thời Bắc thuộc lần này đang tới
Những cánh tay nối dài
                    khua khoắng khắp nơi
Từ phố xá đến hang cũng ngõ hẻm
Từ chín tầng trời cho tới âm ti
Nên mẹ con ta phải đi
Con giúp mẹ nâng cao biểu ngữ
Mẹ ôm con trong thác lũ phố phường.

Con có nghe không
Những tiếng hô: Hoàng Sa, Trường Sa!
Đấy là quần đảo thiêng liêng đầy sóng gió.
Lớn lên con đi hải quân
Hãy cho tàu ra khơi xa con nhé
Đừng luẩn quẩn gần bờ mà bỏ mặc ngư dân
Lớn lên đừng làm quan
Hà khắc với dân, cúi đầu trước giặc.

Mẹ lo xa khi con sinh ra
Đất nước này không còn dân Việt nữa...
Nên mẹ con ta phải đi biểu tình
Quyết giữ lấy đất đai cho đời con, cháu, chắt
Con hãy tập làm người tự do ngay từ trong
bụng mẹ
Kẻo ra đời bị nô lệ mà không biết mình nô lệ
Lại cứ ngỡ mình là chủ nhân ông
Con ơi, con có thấu không?

Tuyên Quang, 22/7/2011

Đừng bắn vào nhân dân

Nhà văn Thùy Linh kể, năm 1991, thời đang du học tại Liên Xô. Một hôm, cô chạy ra Quảng trường Đỏ, xem biểu tình và chứng kiến cảnh một bà mẹ Nga, dặn chàng lính trẻ: "Con trai, đừng bắn vào nhân dân".

Đừng bắn vào nhân dân
Lời mẹ dặn ghi thành khẩu lệnh
Đút vào túi quần, túi áo chiến binh.

Đừng bắn vào nhân dân
Hãy dán lên dùi cui và nòng súng xe tăng
Để phố phường Thủ đô không nhuộm máu.

Đừng bắn vào nhân dân
Lời của mẹ là lời Thiên sứ
Nghe vọng từ trời và truyền lại chúng ta.

Đừng bắn!
Đừng bắn vào nhân dân!
Đừng bắn vào nhân dân, con nhé!

Tp. Tuyên Quang, đêm 1/10/2011

Khúc hát chiến binh

Khúc 1.
Những người lính đụng nhau trên
                        chiến trường
Ánh mắt căm hờn nhìn qua vòng ngắm
Sự sống thuộc về ai nháy cò nhanh.
Họ không làm ra đạn đồng, thuốc súng
Không làm ra báng súng, lưỡi lê
Nhưng làm ra cái chết từ xa qua nòng súng
Và sát thương bằng đánh giáp lá cà.
Những tấm huân chương và nạng gỗ
Chiến binh mang về sau chiến tranh
Rồi lại cuốn theo một cuộc chiến khác
Không làm ra súng đạn
Không tạo nên kẻ thù
Chỉ có thể làm ra xác chết.

Khúc 2.
Bao giờ thế gian không còn chiến tranh
Chiến binh gom súng chất thành núi
Nhân loại được sống trong hòa bình
Huân chương chiến công treo lên trang trí
Và nạng gỗ hóa thành đồ thể thao.

Khúc 3.
Nhưng bạn ơi
Đất nước bị cướp nơi biên cương, biển đảo
Kẻ thù kia tự lộ mặt lâu rồi
Không dùng súng làm sao giành lại được
Dù nạng gỗ kia có thể sẽ như rừng...

Tuyên Quang, đêm 17/12/2011

Hỏi nhà văn

(Mạn phép Nữ thi sĩ Christa Reining)

Tôi hỏi nhà văn, viết về Đảng, Chính phủ
                                như thế nào?
Chúng tôi ngợi ca.

Tôi hỏi nhà văn, viết về Tổ quốc
                                như thế nào?
Chúng tôi cầm súng lên đường chiến đấu.

Tôi hỏi nhà văn, viết về biển, đảo hiện nay
                                như thế nào?

Chúng tôi chờ chỉ đạo.

Tôi hỏi nhà văn, viết về hàng vạn cô gái
            bán mình xứ người như thế nào?
Chúng tôi không có tiền đi thực tế Đài Loan,
                                Hàn Quốc.

Tôi hỏi nhà văn, viết về những người
             nông dân bị cướp đất như thế nào?
Chúng tôi khóc.

Tôi hỏi nhà văn, viết về TỰ DO như thế nào?
Chúng tôi...

Tôi hỏi nhà văn, viết về DÂN CHỦ
                                như thế nào?
Chúng tôi...

Tôi hỏi nhà văn, viết về NHÂN QUYỀN
                                như thế nào?
Chúng tôi...

Tuyên Quang, chiều 25/4/2012

Xin chào ông Obama

Obama
Nom ông chất phác như nông dân
Hiền lành như củ khoai, củ sắn
Cái miệng hay cười của người tốt tính
Tóc cắt ba phân như thể chiến binh.

Obama
Người da màu được bầu làm Tổng thống
Cái xứ ngày nào kì thị da đen
Đất nước mới hai trăm năm tuổi
Thế mà hơn cả mấy nghìn năm
Ở đó không thấy ý thức hệ độc tôn
Nên có sự hòa hợp dân tộc
Cả nước coi nhau như thể gia đình
Không có đấu tranh giai cấp để triệt hạ
                                          lẫn nhau
Không có chuyên chính đưa người bất đồng
                                      chính kiến vào lao lí
Báo chí, văn chương mà cũng được tự do,
                                                lạ kì?

Obama
Ông lại làm Tổng thống lãnh đạo nước Mỹ
Và nước Mỹ lãnh đạo toàn thế giới
Thấy ông có vẻ dễ dãi
Nên tôi mạo muội nói với ông vài điều:
- Chớ có hùa với doanh nghiệp đi cướp
                              ruộng nông dân
Người ta trắng tay là sinh phản kháng.
- Chớ có phát triển thủy điện tràn lan
                        hủy hoại môi trường
Đừng xây đập ở vùng đứt gãy, động đất
                     mà khó phủi tay đùn đẩy.
- Chớ có bán hết tài nguyên, khoáng sản
Con cháu đời sau sẽ hạch tội ông.
- Chớ lén lút theo Tàu lấy cơ tồn tại
Người đời nguyền rủa bán nước hại dân.
- Chớ có làm Luật Biểu tình, nếu chót hứa rồi
                             thì cù cưa trì hoãn
Kẻo khi dân chúng tức quá điên lên là
                       không dập được đâu.
- Chớ có tự do báo chí và nối mạng in-tơ-net
                                    toàn cầu
Khỏi phải nghe ý kiến trái chiều, để chỉ
                              nhất ông thôi...

Obama
Khi nào rảnh rỗi
  mời ông quá bộ ghé qua nhà tôi chơi
Tôi đãi ông rượu ngô Nà Hang, uống chè
  Sơn Dương, đi tắm Mỹ Lâm suối khoáng
Ông sẽ được lâng lâng thư giãn
Và thấy Thiên đường chỉ có ở chỗ tôi
Không chừng ông lại đưa nước Mỹ tiến lên
  Chủ nghĩa xã hội
Và hô vang khẩu hiệu Chủ nghĩa Mác- Lênin
  vô địch muôn năm!

Tuyên Quang, 8/11/2012

Ngẫm về Thánh Gióng

Thánh Gióng
Ăn cơm cà của dân mà lớn
Áo giáp dân che chở thân mình
Cưỡi ngựa sắt rèn từ con dao, cái cuốc
Không có dân thì mãi là cậu bé mà thôi.

Thánh Gióng
Thắng giặc Ân rồi trở về trời
Để đất nước cho nhân dân làm lụng
Không ở lại kể lể công lao và độc quyền
                                                lãnh đạo
Không thông lưng với kẻ thù để giữ cái ngai.

Thánh Gióng
Ông đánh giặc vì dân chứ không phải
                                                vì mình
Nên không ghi độc quyền cho mình vào
                                                giáp cốt
Và ruộng của dân cứ để dân cày
Không gom thành của chung rồi chia nhau
                                                hưởng lợi.

Thánh Gióng
Ông về trời đã mấy ngàn năm
Mà hồn thiêng trở thành bất tử
Tre đằng ngà như còn bốc lửa
Dân vẫn trồng gìn giữ nước non.

Tuyên Quang, đêm 19/2/2013

Người dân oan số Một

Võ Nguyên Giáp
Ông không phải là người dân oan đầu tiên
Nhưng lại là người dân oan số Một
Vị khai quốc công thần
Tổng tư lệnh quân đội
Mà ôm trong lòng chữ "nhẫn"
      năm mươi năm!
Năm mươi năm bằng nửa đời người
Năm mươi năm cũng bằng mấy cuộc đời.
Họ khoác cho ông cái án tày trời
     làm gián điệp, phản động
Cũng như bây giờ
Bao nhiêu người đội đơn khiếu kiện
      bị khép tội chống đối
Bao nhiêu người yêu nước bị quy là
       phản động
Đội ngũ dân oan, phản động, chống đối cứ
       dài ra mãi
Việt Nam ta rồi sẽ đi đâu, về đâu?

Ông ơi
Dòng người nối nhau về thắp hương
                             tưởng niệm
Kính phục một thời Đại tướng lừng danh
Chia sẻ một đời oan khuất điêu linh.

Võ Nguyên Giáp
Người dân oan số Một
Nhưng ông mãi là tướng của các vị tướng
Hóa thánh thần vẫn là tư lệnh của quân dân.
Nay ông về canh giữ Biển Đông
Thấy trước mặt Hoàng Sa và Trường Sa
                             nhức nhối
Kìa những con tàu chở bô-xít bơi qua...
Đến dân thường cũng còn thấy xót xa
Đến nước biển cũng mặn mòi nước mắt.

Ông ơi
Bỏ chữ "Nhẫn" thay bằng chữ "Tấn"
Phân lập tam quyền, thấu tỏ mọi oan sai
Kinh tế thị trường vững bước dựng tương lai.

Ông ơi
Ngày Quốc tang trời đổ cơn mưa
Sóng cồn lên quanh Đảo Yến- Vũng Chùa.

Tuyên Quang, 12/10/2013

Ngày Nói dối thế giới

Loài người sẽ ra sao
Nếu không nói dối?
Cuộc tình sẽ làm sao
Nếu cứ mặc áo quần?
Cuộc sống cần o-xy
Nhưng cây xanh cần khí car-bo-nic
Nói dối, áo quần và khí car-bo-nic
Là một nửa của sự sống, một nửa cuộc đời.

Tôi không tụng ca sự nói dối
Nhưng quả thực nói dối rất cần cho thế giới
                                                    hôm nay
Bởi thế có một ngày kỉ niệm vui vẻ
"Cá tháng Tư".

Trên cả nói dối là sự lừa dối
Nó rất cần trong chiến tranh và ngoại giao
Và lịch sử cũng nhiều khi giả dối
Khi thế lực độc tài cầm cương
Nó vì nó
Nhưng ngụy trang dưới những chiêu bài
Nếu không lừa dối
Khối thứ không thể tồn tại.

Tuyên Quang, 1/4/2014

Nghĩ lắm lúc chẳng biết thế nào

Nghĩ lắm lúc thấy lạ
Mình chẳng biết mình là ai
Dân lề trái, hay dân lề phải và liệu có còn
                                  là người nữa?

Dân lề phải vì vẫn theo pháp luật
Tháng tháng lĩnh lương hưu
Đêm đêm nghe Đài Tiếng nói Việt Nam
                            và xem ti-vi VTV1
Tuần nào cũng nhận Báo Văn nghệ của
                                  Hội Nhà văn
Ra đường vẫn đi bên phải
Họp tổ dân phố vẫn biểu quyết giơ tay...

Dân lề trái vì vẫn thường xem mạng
Các trang Ba Sàm, Nguyễn Trọng Tạo,
                                  Trần Nhương...
Gần đây lại có thêm Văn Việt
Xem chừng mình khoái Văn đoàn Độc Lập
Khiến các cụ quan tâm gặp gỡ và gọi điện
                                  ngăn ngừa
Mình góp ý đòi sửa đổi Hiến pháp
Mong bao giờ có được Hiến pháp của nhân dân.

Nhưng có khi mình vẫn là người, vì còn
                    ham đọc sách và viết văn
Thấy con gái đẹp vẫn xốn xang,
          thấy người dân bị bắt oan cũng tức
Bị theo dõi, khiêu khích, gài bẫy và
              tung tin bôi nhọ lại cho qua
Bấm bụng bảo anh em bạn hữu phải
           lánh cho xa đề phòng hệ lụy
Chép miệng nghĩ lắm lúc chẳng biết thế nào
                là ra thế nào mà lần...

Tuyên Quang, 16/4/2014

Thơ xếp trong bao diêm

Tư tưởng

Rót ý nghĩ
Tràn hũ giấy
Ủ bìa lại
Nồng men say.

Thành Tuyên, 2011

Nước mắt

Biển mặn chát
Nước mắt cá
Khóc bạn tình
Mắc lưới xa.

Lá rụng

Lá lìa cành
Ôm trái đất;
Không bay lên
Quét trời xanh?

Thành Tuyên, 2011-2014

Bài ca

Chết, chết, chết
Chết, chết, sống
Chết, sống, sống
Sống, sống, sống.

Thành Tuyên, 2011

Vũ trụ

Nước vầy nước
Tạo thành sóng
Người giỡn người
Làm nên hoa.

Thành Tuyên, 2011

Bàn tay

Nắm bàn tay
Xoay thế giới
Xòe bàn tay
Nhịp cầu xây.

Thành Tuyên, 2011-0214

Đọc sách

Cầm quyển sách
Nằm khấn trời
Ngồi nguyện đất
Chữ mà say.

Thành Tuyên, 2012-2014

Rỗng

Bầu trời rỗng
Lòng trống không
Trời nổi dông
Lòng mắt bão.

Nông Tiến, 19/12/2023

Thơ khắc trên cán bút

Văn

Tia nắng làm ngọn bút
Cây đời thành trang văn.

Tim

Không nhìn thấu trái tim
Chỉ nghe màu mắt biếc.

Sự sống

Xác vùi lấp dưới ba thước đất
Hồn vụt sáng lên ở đỉnh người.

Tp. Tuyên Quang, 15/8/2009

Bạn

Núi cao tựa đất lành
Giọng hát lụy cao xanh.

Đo

Sông giăng đo biển rộng
Gió lộng đong cánh rừng.

Cảm

Hướng dương thương nhớ mặt trời
Hương thơm khắc khoải lụy người tương tư.

Nguồn

Muối mặn nhờ sóng khát
Thơ say từ đơn côi.

Tuyên, 4/7/2014

Thơ

Kính tặng: Nhà thơ Phạm Xuân Trường

Máu hòa nước mắt, xương vót thành bút
Viết câu thơ trên da thịt của mình.

Khóc râu

Tay mình cạo râu mình
Ngẫm mà chảy nước mắt.

Lời bạt

Rượu và thơ

Khi mái đầu đã đổ hoa râm
Thi sĩ lặng lẽ ngồi ngẫm ngợi
Nâng chén rượu nhâm nhi
Kí ức làm mồi, cô đơn bầu bạn
Một giọt rượu cũng nhìn thấu đại dương
Có ai ngờ sức nặng rượu suông.

Chén rượu bồi hồi, câu thơ ngật ngưỡng
Mỗi chữ giọt đào, ngàn chữ vò rượu
Rượu ngấm vào máu, chữ nghĩa lên men
Lệ nhỏ xuống chén, khiến rượu tỏa nóng
Rượu nhạt uống mãi máu cũng sôi lên
Những giọt rượu sa trang giấy bốc khói.

Cưỡi mây trắng lướt bầu trời thơ
Đau đáu kiếm tìm ngôi sao chữ nghĩa
Giong thuyền qua biển thơ bâng khuâng
Đắp bờ nhong bên ruộng đời khô hạn
Vẩy gầu sòng hớt thơ lên tưới trăng./.

MỤC LỤC

Thơ viết trên lá cây   9
- Với thơ   10
- Tình yêu và tự do   11
- Chiều sông Lam   12
- Bài ca hoa hồng   13
- Con hươu trắng và bông hồng đỏ   14
- Biển cả   15
- Võng đỏ   18
- Đường nắng   19
- Vũ trụ và em   20
- Kéo cờ   21
- Hoài niệm bên hồ   22
- Thành Tuyên của em và tôi   24
- Khúc đàn bà   25
- Sông   26
- Xuân Thành Tuyên   27
- Đường Brao   28
- Bức vẽ   30
- Đại dương mây   31
- Cái bàn   32
- Làm thơ   33
- Tiếng tù và   34

Bậc thềm	35
Phấn ngô	36
Cưa mây	37
Bí ẩn diệu kì	38
Hai nửa đôi nơi	39
Gieo mùa	40
Gối gỗ	41
Triết lý chim trời	43
Sữa thơ	44
Mưa vương miện	45

Thơ dán trên biểu ngữ — 47

Cánh chim báo bão	48
Nghĩ về tự do	49
Khái niệm bị đánh tráo	50
Dự cảm	51
Đi bộ qua cổng Tòa án nhân dân	52
Tản mạn mùa thu	53
Phép logic	54
Thiên thần bé nhỏ	56
Lão nghệ sĩ kéo đàn trên phố	57
Tâm sự người mẹ mang thai đi biểu tình	58
Đừng bắn vào nhân dân	60
Khúc hát chiến binh	61
Hỏi nhà văn	63
Xin chào ông Obama	65
Ngẫm về Thánh Gióng	68
Người dân oan số Một	70
Ngày Nói dối thế giới	72
Nghĩ lắm lúc chẳng biết thế nào	73

Thơ xếp trong bao diêm — 75
  Tư tưởng — 76
  Nước mắt — 77
  Lá rụng — 78
  Bài ca — 79
  Vũ trụ — 80
  Bàn tay — 81
  Đọc sách — 82
  Rỗng — 83

Thơ khắc trên cán bút — 85
  Văn — 86
  Tim — 87
  Sự sống — 88
  Bạn — 89
  Đo — 90
  Cảm — 91
  Nguồn — 92
  Thơ — 93
  Khóc râu — 94

Lời bạt — 95
  Rượu và thơ — 96

Nhân Ảnh
2024

Liên lạc tác giả:
xuantuuvn@gmail.com

Liên lạc Nhà xuất bản
han.le3359@gmail.com
(408) 722-5626

www.ingramcontent.com/pod-product-compliance
Lightning Source LLC
LaVergne TN
LVHW041712060526
838201LV00043B/694